நீலப்பறவை

பதிப்பகம்

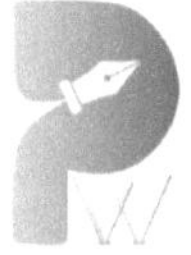

நீலப்பறவை

எழுத்தாளர்

விஜய்

நாவல் கவிதைகள் பல எழுதுவதில் ஆர்வம் மிக்க இவர் வளர்ந்து வரும் எழுத்தாளர்களுள் ஒருவர். வாழ்வில் ஏற்படும் அன்பு, பாசம், நட்பு மற்றும் பல தருணங்களை கவிதை வடிவில் படித்து மகிழவும், கற்பனை செய்து மகிழவும் இந்த அழகான எழில்மிகு கவிதை படைப்பை எங்கள் பதிப்பகத்தில் *நீலப்பறவை* புத்தகத்தில் படித்து உலவி சிறகடித்து மகிழ வாருங்கள்.

Mr. Vijay, the author of "Neelaparavai" is an aspiring young author.

This book brings attention to all parts and moments of life such as happiness, inspiration, love and sadness regardless of consequences and also on different parts of our credential life.

It's a realistic feel to curate such poems and this book gives a vivid display about man's different parts of moments, memories and also a reason why we face those moments.

So, let's begin the journey of life and recall the different realistic moments of our life.

உள்ளடக்கம்

POETRY WORLD ORG.

அம்மா

அவளின் முகத்தை கூட பார்க்காமல் நான் எட்டி
உதைத்து சண்டையிட்ட முதல் எதிரி

அப்பா

உதிரம் தந்து

உயிரைத் தந்து

உணவும் தந்து

நமக்காக

உழைத்து உழைத்தே

களைத்துப் போன கடவுள்

தங்கை

தேவையில்லாததுக்கும் சண்டை போடுவா...

தேங்கா தண்ணிக்கும் சண்டை போடுவா.

ஒருதலைக் காதல்

செல்வராகவன் படம் மாதிரி தான் என் காதலும்...

சில வருஷம் கழிச்சு தான் அதோட ஆழம் புரியும்
உனக்கு

அக்கா தம்பி

பள்ளி செல்ல மறுத்து அழுது மண்ணில் புரளும்
குழந்தை

ஓடிச்சென்று

பருவமடையாத

பட்டுப் பாவாடை அணிந்த

ஒரு பாதகத்தியின் பின்னால் ஒளிந்து கொள்கிறது.

அவள்

அந்த குழந்தையின் அக்காவாம்

அக்காவிற்கு மட்டுமே கிடைக்கும் தனித்துவமான

சந்தோஷம்

பிறந்த வீட்டிலும் ஒரு குழந்தை

புகுந்த வீட்டிலும் ஒரு குழந்தை

பெண்

அன்பை தருவதில் அட்சய பாத்திரம்

அப்பாக்களுக்கு அறிவுரை சொல்வதில் ஐந்து
மாமியார்

அப்பாக்களின் விளையாட்டு பொம்மை

அம்மாக்களின் மேனேஜர்

அண்ணன்களின் காதலுக்கு தூதுபுரா

தம்பிகளுக்கு டியூசன் டீச்சர்

அக்காக்களின் இம்சை

குழந்தைகளுக்கு செல்ஃபி ஸ்டிக்

இப்படி பல பதவிகளை வகித்து வாழும் அப்பாவி
ஜீவன்

காதலும் காமமும்

15

எழுத்தென்னும் ஆயுதம் கொண்டு

கவிதையெனும் மாமிசத்தை வெட்டி எறிகிறேன்
உன்மீது...

காதல் மணம் வீசினால்...

என்னருகில் வா...

சேர்ந்தே புசிப்போம் நம்மை நாமே.

நடிகர் வடிவேலு

கரையொதுங்கி பல ஆண்டுகள் ஆயினும்...

இன்று வரை தாக்கம் குறையாத ஒரே புயல்...

வைகைப்புயல்.

பெண்ணின் நாணம்

என் இதழ்கள் உறங்கும் மெத்தை உன் இதழ்கள் தான்...

என் இதழ்களை உறங்க அழைப்பதே உந்தன் நாணம் தான்.

கற்பழிப்பு

தன் மலத்தினை தானே உண்பதை விட அசிங்கமான செயல்.

கோபம்

மிக அத்தியாவசியமாக தடுப்பூசி கண்டுபிடிக்க
வேண்டிய நோய்களில் இதுவும் ஒன்று.

மாற்றம்

உனக்கு அரசு வேலை வேண்டுமா?

அரசுத் தேர்வுகள் எதுவும் எழுதாதே...

உன் குடும்பத்தில் ஒருவரை அரசிற்கு நரபலி
கொடுத்து விடு.

90's Boys

Hearing தாரமே தாரமே வா Song...

God's Mind Voice:-

இருந்தா அனுப்ப மாட்டேனா!!!

சாதி

சிறுத்தைகளும் சாதிகளும் ஒன்று தான்...

அவ்வப்போது மனிதம் எனும் காட்டை விட்டு

வெளியே வந்து சில உயிர்களை தின்று மீண்டும்

காட்டுக்குள் சென்று விடும்.

வாழ்க்கை கிறுக்கல்கள்

மனிதனின் முதுகிற்கு பின்னால் செய்ய
வேண்டியதை...

டிவி ரிமோட்டின் முதுகிற்கு பின்னால் செய்து
கொண்டிருக்கிறோம்...

தட்டிக்கொடுப்பது.

இயற்கை

மரம் வளர்ப்போம்

நாம்

இம்மண்ணிற்கு உரமாவதற்குள்...

நீலப்பறவை

மூன்றெழுத்துக் கவிதை தந்த கடவுள்

மூன்றெழுத்துக் காதலி தரவில்லை...

சரி என்ன செய்வதென்று தெரியாமல்...

மூன்றெழுத்து அம்மாவிடம் அறிவுரை கேட்டேன்...

அதற்கு மூன்றெழுத்து பொண்ணு பார்க்கவா என்று
கேட்டாள் அம்மா...

நான் சிரித்துக்கொண்டே மூன்றெழுத்து
வேணாமென்று கூறிவிட்டேன்...

மூன்றெழுத்து அப்பாவும் துணையில்லை...

மூன்றெழுத்து தங்கையும் கலப்பு திருமணம் செய்து
கொண்டாள்...

அதனால் மூன்றெழுத்து உறவுகளும் அதிகமில்லை ...

சரி மூன்றெழுத்து நட்பிடம் ஆலோசனை
கேட்டால்...

அவனோ மூன்றெழுத்து காதல் செய்யென்று
அறிவுரை கூறினான்...

நான் சொன்னேன் மூன்றெழுத்து காதல் செய்ய
மூன்றெழுத்து அறிவு வேண்டுமென்று...

அதற்கு அவன் சொன்னான் மூன்றெழுத்து அறிவு
வேண்டுமென்றால்...

மூன்றெழுத்து பள்ளி சென்று ஒழுக்கமாக படிக்க
வேண்டுமென்று...

அதற்கு நான் சொன்னேன்

மூன்றெழுத்து உணவிற்கே வழியில்லாத நான்
எங்கிருந்து மூன்றெழுத்து பள்ளிக்கு செல்ல...

மூன்றெழுத்து பணத்தை தேடியே என் வாழ்க்கையை
தொலைத்த நான்...

எப்படியேனும் மூன்றெழுத்து கரம் பிடிப்பேன்...

என் மூன்றெழுத்து அவளை...

ஜிமிக்கி

வருடம் 365 நாட்களும் இந்த கோவில் மணி

இசைத்துக் கொண்டே தான் இருக்கும்...

மாதவிடாய்

உடல் வலிமை பெற்ற ஆண்களுக்கு மாதவிடாய்

கொடுக்காமல் பெண்களுக்கு கொடுத்தது

கடவுளின் பிழையா?

பிரம்மனின் கலையா?

சிரிப்பு

23

சிரிப்பு மட்டும் இல்லையென்றால் மனித முகத்தினை
மனிதனே காண்பதும் கடினம் ஆகியிருக்கும்.

இரவில் வெளிச்சம்

உறங்கிப் போனாளோ என்னவள் என சோதனை
செய்ய

போர்வைக்குள் நுழைந்த போது அவள் முகம்
தந்தது.

கைம்பெண்

கணவனை இழந்த பின் பெண்கள் துணிக்கடை
வாசல் பொம்மைகளாகி விடுகிறார்கள்

பெண்ணின் உருவம் மட்டுமே கிடைக்கும் உள்ளம்
தொலைந்து.

மலடி

பெண்மையின் அர்த்தம் புரியாத ஒருவன் கண்டறிந்த
சொல் இது.

தமிழ் அகராதியில் இருந்து நீக்க வேண்டிய
அனைத்து தகுதிகளும் கொண்டுள்ளது.

இந்த பொட்டில்லாத வெட்டிச்சொல்.

WhatsApp

Type பண்ணா *Late* ஆகும்னு *Voice Message* பண்ணா
நீ என்ன *Airtel Super Singer Ahh* னு கேட்டு
அசிங்கப் படுத்துறாங்க!!!

என் வீடு

நான் ஆடு வளர்த்தேன்

மாடு வளர்த்தேன்

கோழி வளர்த்தேன்

நாய் மட்டும் வளர்க்கவே இல்லை

அது *Love Love* என்றே குரைப்பதால்.

சமூகம்

யாரும் யாருக்குமே நல்லதே செய்ய வேண்டாம்...

கெடுதல் செய்யாமல் இருந்தாலே போதும்...

வாழு வாழ விடு.

ரகசியம்

நம்ம காப்பாத்த முடியாத ஒன்ன இன்னொருத்தன்
கிட்ட சொல்லிட்டு அத அவன் இன்னொருத்தன்
கிட்ட சொல்ல மாட்டான்னு நாம நம்பறது.

முத்தம்

27

சத்தமில்லாமல் நான்கு ஆரஞ்சு சுளைகளுக்குள்
நடக்கும் யுத்தம்.

அன்பு

உருவமில்லா ஒன்று உலகை ஆள்கிறது என்றால்
அது அன்பு மட்டுமே.

அரசியல்

அஜீத் நடித்த மங்காத்தா திரைப்படம் போல் தான்...

ஒரு முக்கியமான விஷயம் என்னனா...

ரெண்டுலயுமே யார் வில்லன் யார் ஹீரோனு
இன்னிக்கு வரைக்கும் மக்களுக்கு தெரியாது.

நடுத்தர வர்க்கத்தின் கனவு

இவங்களுக்கு நல்லது நடக்கும் ஒரே நேரம்...

இதுல கசப்பான உண்மை என்னனா...

அத இவங்கலால பாக்க முடியாது..

செல்போன்

இது வந்த பிறகு பல கூர்க்காக்களுக்கு
வேலையில்லாமல் போனது...

நம் பிள்ளைகள் தான் விடிய விடிய இதில்
மூழ்கியுள்ளதே.

அவளின் பிடிவாதம்

உன் பிடிவாதமும் அழகு தானடி

நான் அழைக்கும் போது மறுத்தால் அத்துமீறல்
நடக்குமே

நம்பிக்கை

நகம் மாதிரி தான் நண்பா நம்மலும்

வெட்ட வெட்ட மொளச்சுட்டே இருக்கணும்.

வில்லன்

நம்ம கிட்ட இனிக்க இனிக்க பேசறவங்க கிட்ட
தான் உஷாரா இருக்கணும்

ஏன்னா அவங்க தான் *White collar villains.*

பொறாமை

எனக்கும் பொறாமை உண்டு...

படுத்தவுடன் உறங்கும் மனிதர்களை கண்டால்...

மயானம்

மயானத்திற்கு எதற்கடா மதில் சுவர்...

எவன் உள்ள வரேன்னு ஏறி குதிக்கப் போறான்...

எவன் தப்பிச்சு ஓட ஏறி குதிக்கப் போறான்.

எரிச்சல்

TV மாதிரி லவ்வர் கத்திட்டு இருக்கும் போது

சம்மந்தமே இல்லாம MOBILE மாதிரி இருக்கற

BESTIEE AHH தடவிட்டு இருந்தா ஒரு எரிச்சல்

வருமே அதுக்கு மருந்தே இல்ல

காதல் பிரிவு

திருவிழாவில் தொலைந்து போன குழந்தை போல

ஆனேனடா...

திக்கும் தெரியாமல் திசையும் தெரியாமல்...

நீ என்னை பிரிந்த நொடி முதல்.

ராணுவ வீரன்

33

எளிதில் தீப்பற்றக்கூடியது காகிதம் மட்டுமல்ல...

எல்லையில் கணவனை இழந்த பெண்களின்
வயிறும் தான்...

திருட்டு

உடல் உறுப்புகள் திருடும் கும்பல்களை சேர்ந்தவள்
அவள்...

அது என்ன மாயமோ புரியவில்லை...

என் இதயத்தை மட்டும் திருடிச் சென்று விட்டாள்...

காதலர்களின் சண்டை

நிழலும் இல்லா ஒற்றை உருவம் உயிரைத் தேடி
வாடுதே...

சாலை நடுவே கொடுங் காற்று மட்டும் துணையாய்
இங்கு ஆனதே...

இரக்கம் இல்லா அரக்கனோடு எந்தன் காதல்
போகுதே...

உறக்கம் இல்லா இரவு ஒன்று எந்தன் மனதை
வாட்டுதே...

கண்கள் முழுதாய் அசுரன் அவனை தேடுதே...

என் மனமும் ஏனோ மிருகம் அவன் தோள்
கேட்குதே...

காபி ஷாப்பில் கைகோர்த்த நொடிகள் என்
இதயமும் நினைக்குதே...

தோழன் நீயும் வருகை தந்தால் எந்தன் பயமும்
நீங்குமே...

பாதி இரவில் கதைத்த கதைகள் மீண்டும் எனக்கு
வேண்டுமே...

உந்தன் விரல்கள் என்னை தொட்டால் இறுக்கி

அணைக்கத் தோன்றுமே...

உந்தன் விரல்கள் என்னை தொட்டால் இறுக்கி

அணைக்கத் தோன்றுமே...

ஒளியும் ஒலியும்

சத்தமில்லா யுத்தம் செய்ய அழைக்கிறானே
அவனே...

வெட்கம் என்னை ஆர்ப்பரித்தும் மறுக்கிறேனே
நானே...

முத்தம் கொஞ்சி பாடல் நூறு

எழுதுவானே அவனே...

தீண்ட மறுத்து கைகள் உதறி தடுக்கிறேனே
நானே...

குழந்தை போல அடமும் பிடித்தால் தூக்கிச்
செல்வான் அவனே...

தாடி என்னும் வேலி தாண்டும் புள்ளி மானே
நானே...

மீனைத் தேடி அலையும் பூனை போலே
அலைகிறானே அவனே...

அனுமதி தந்தால் தேகச் சூட்டில் கரைந்து போவேன்
நானே...

வெட்கம் கொண்டால் பக்கம் நெருங்கும்
வித்தைக்காரன் நீயே...

காமம் ஒன்றும் மாயம் இல்லை நெருங்கி வாடா
தீயே...

பிழைகள் இல்லா முத்தம் தந்து இதழ்கள் பூட்டு
நீயே...

சாவி தொலைத்து சாமம் தீர்த்து எனையே
உண்பாய் தீயே...

உதடு எனும் பள்ளத்தாக்கில் விழுந்து விட்டேன்
நானே...

இடுப்பை வளைத்து மூச்சை கொடுத்து பிழைக்கச்
செய்வாய் நீயே...

சிரிப்பும் அழுகையும்

நமக்கு சிரிப்பும் வரும்

அழுகையும் வரும்

ஆனா

சில சமயத்துல

இரண்டும் ஒன்னா வரும்

அத மட்டும் ஃபோட்டோ புடிச்சு வெச்சுக்க

திரும்பவும் அந்த நிமிஷம் நமக்கு கெடைக்கறது
சந்தேகம் தான்...

அழகி

பெண்கள் கூட ஒரக்கண்ணால் பார்க்கும் அளவிற்கு
அழகி அவள்...

ஈர்ப்பு விசை இமை வழியே அரங்கேற்றம்
செய்வாள்...

ஆண்கள் அவளை நோக்கினால் அவளின் கூந்தல்
துப்பட்டாவாக மாற்றம் பெறும்...

அனைத்து வாகனங்களும் எளிதாக செல்லும்
அளவிற்கு

கழுத்திற்கும் இடைக்கும் இடையே வேகத்தடைகள்
வைத்தான் பிரம்மன்...

ஒடுங்கிப்போன குடம் போல் அவளின் இடையும்
ஆச்சரியமே...

வாசிப்பு கம்பிகள் இல்லாத வீணை போல் இரண்டு
கால்களும் கவர்ந்து இழுக்குமே...

பொங்கலுக்கு வண்ணம் பூசிய எருது கொம்புகளைப்
போல அவளின் விரல் நகங்களும் நடனம்
கற்பிக்குமே...

பிரம்மனின் சில கஞ்சத்தனங்களும் வள்ளல்
குணங்களும் கலந்த கலவை தான் இந்த
அழகியோ...

பிரம்மனின் சில கஞ்சத்தனங்களும் வள்ளல்
குணங்களும் கலந்த கலவை தான் இந்த
அழகியோ...

POETRY WORLD ORG.

9 789389 959413